Published in 1989 by Magi Publications,
in association with Star Books International, 55 Crowland Avenue, Hayes, Middx UB3 4JP, UK

Printed and bound in Spain
©Original title, (in Spanish, *Uno Mas*) Ediciones Destino, S.A., Barcelona
©English translation, Magi Publications, 1989
©Text, Maria Martinez i Vendrell, 1986
©Illustrations, Roser Capdevila, 1986
©Gujarati translation, Magi Publications, 1989
Text design and paste-up, K.S.P. Graphics, London

Translated into Gujarati by Bhadra Patel
ISBN 1 85430 097 0

સીલિઆ માટે ભાઈ

A BROTHER FOR CELIA

મારીઆ માર્ટીનેઝ ઈ વેન્ડ્રેલ
રોઝર કાપ્ડેવિલા

Maria Martinez i Vendrell
Roser Capdevila

Magi Publications

મમ્મીને ઠીક નહોતું, પણ તે ખુશ હતાં.
'તરતમાં આપણે પાંચ બનશું. તમને બન્ને છોકરીઓને નવો ભાઈ કે બહેન મળશે,' ડેડીએ કહ્યું.
સીલિઆ સિવાય બધાં આનંદમાં આવી ગયાં. તે જરાપણ ખુશ ન હતી, અને તેને સમજ નહોતી પડતી કે તેની મોટી બહેન ક્લેર કેમ આટલી બધી રાજી થતી હતી.

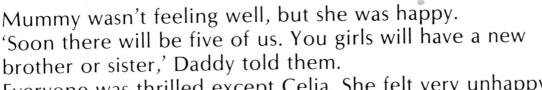

Mummy wasn't feeling well, but she was happy.
'Soon there will be five of us. You girls will have a new
brother or sister,' Daddy told them.
Everyone was thrilled except Celia. She felt very unhappy,
and couldn't understand why her big sister, Clare,
was so excited.

મમ્મી અને ડેડીએ બેબી માટે ઘણી બધી વસ્તુઓ ખરીદવા માંડી. સીલિઆને જરાપણ ન ગમ્યું.
'તેઓ બધું મારા રૂમમાં મૂકતાં આવે છે, પછી મને કહે છે કે હું ચોખ્ખી નથી,' તે મનમાં બોલી. કોઈપણ તેના તરફ ધ્યાન આપતું ન હતું.

Mummy and Daddy began to buy lots of things for the baby.
Celia was upset.
'They pile everything in my room, then tell *me* I am untidy,'
she thought. No one seemed to be taking any notice of her.

આખરે, મોટો દિવસ આવી પહોંચ્યો.

મમ્મી હોસ્પિટલમાં ગયાં, અને છોકરીઓ દાદીમા પાસે રહેવા ગઈ.

'ખુશ થા, સીલિઆ,' દાદીમાએ કહ્યું, 'તારા માટે સુંદર બાબો ભાઈ આવ્યો છે.' સીલિઆએ જવાબ ન આપ્યો. પણ ક્લેરને તો બાબા વિષે બધું સાંભળવું હતું. 'તે જાડો છે? તેના વાળનો રંગ કેવો છે?'

At last, the great day arrived.
Mummy went to the hospital, and the girls went to stay with their Grandma.
'Cheer up, Celia,' said Grandma, 'you have a pretty baby brother.'
Celia did not answer. But Clare wanted to hear all about the baby: 'Is he fat? What colour is his hair?'

મોડેથી દાદીમા તેમને હોસ્પિટલમાં લઈ ગયાં. જેમ બીજા ઘણાં લોકો લાવ્યા હતાં તેમ તે પણ મમ્મી માટે ફુલોનો ગુચ્છ લાવ્યાં. આખો ઓરડો ફુલોથી ભરેલો હતો.

Later on, Grandma took them to the hospital. They brought Mummy a bunch of flowers - just like lots of other people. The room was full of them.

મારે આપણાં ફુલો ટેબલ પર મૂકવાં છે,' સીલિઆએ કહ્યું.
'ત્યાં જરાય જગ્યા નથી ...,' મમ્મીએ કહેવાનું શરૂ કર્યું.
'હા છે,' અમુક બીજાં ફુલોને ટેબલ પરથી ધક્કો મારતાં અને પોતાનાં ફુલો માટે જેમ તેમ જગ્યા કરતાં સીલિઆએ બરાડો પાડ્યો.

'I want to put *our* flowers on the table,' said Celia.
'There's no more room ...,' began Mummy.
'Yes there is,' cried Celia, pushing some other flowers off the table as she squeezed hers on.

બાબો એટલો બધો નાનો હતો કે સીલિઆને ફક્ત તેનું નાનકડું માથું જ ઓછાડમાંથી ડોકિયું કરતું દેખાતું હતું. બીજાં ઘણાં બધાં લોકો તેને જોતાં હતાં.

'એ કેટલો સુંદર છે!' એક મુલાકાતીએ કહ્યું.

'કેટલા બધા વાળ છે,' બીજાએ કહ્યું.

બધાએ કબૂલ કર્યું કે એના વાંકડિયા વાળ સુંદર હતા.

The baby was so tiny that Celia could only see his little head peeping above the sheets. Too many other people were looking at him.
'He is so pretty!' said one visitor.
'What a lot of hair,' said another.
Everyone agreed that his curly hair was lovely.

સૂતી વખતે સીલિઆ અને ક્લેર તેમનાં દાંત સાફ કરતાં હતાં, પણ સીલિઆ
અરીસામાં જ જોયા કરતી હતી.
‘ક્લેર, મારો ચહેરો ગોળ છે?’ તેણે પૂછ્યું.
‘હા, જરાક છે,’ ક્લેરે જવાબ આપ્યો.
‘હું જ્યારે બેબી હતી ત્યારે એ ગોળ હતો? મારા વાળ વાંકડિયા હતા?’
સીલિઆએ ફરી પૂછ્યું.
‘મને યાદ નથી,’ ક્લેરે બગાસું ખાતાં કહ્યું.

At bedtime, Celia and Clare were brushing their teeth, but Celia kept on gazing in the mirror. ‘Clare, is *my* face round?’ she asked.

‘Yes, a little,’ replied Clare. ‘Was it round when I was a baby? Was my hair curly?’ asked Celia again.

‘I can’t remember,’ said Clare, yawning.

તેમનો નવો બાબો ભાઈ સુંદર હતો. પણ એ કંટાળો આપતો હતો, કેમકે એણે મમ્મીનો બધો સમય લઈ લીધો હતો. મમ્મી તેને ખવડાવવા, નવડાવવા કે તેનાં બાળોતિયાં બદલવા સિવાય બીજું કશું કરતાં ન હતાં. એક દિવસ સીલિઆને સ્કુલે જવા માટે જાતે તૈયાર થવું પડ્યું.

Their new baby brother was lovely. But he was also a nuisance, because he took up all Mummy's time. She did nothing but feed him, bath him or change his nappies. She had almost no time for Celia. One day, Celia had to get ready for school all by herself.

ડેડી હવે તેમને સ્કુલે લઈ જતા હતા, કેમકે તે બાબાનો ખાવાનો સમય હતો.
તેઓને હંમેશ ઉતાવળ કરવી પડતી હતી.
'જલદી કરો, મારે બાબાને નવડાવવા માટે ગરમ પાણી જોઈએ છે,' મમ્મીએ કહ્યું.
'ચાલ જલદી કર, સીલિઆ,' ડેડીએ કહ્યું, 'જો તું તારું દૂધ જલદી નહીં પૂરું કરે તો તારા વાળ ઓળવાનો મને સમય નહીં રહે.'

Daddy started taking them to school, because that was the baby's feed time. They always had to rush.
'Hurry up, I need hot water for baby's bath,' said Mummy.
'Come on, Celia,' said Daddy, 'if you don't finish your milk quickly, I won't have time to brush your hair.'

આમ રોજ થતું. પણ એક દિવસ ...
સીલિઆ બાથરૂમમાં હતી અને બહાર નીકળતી જ ન હતી.
'જલદી કર, સીલિઆ,' મમ્મીએ હંમેશ મુજબ કહ્યું, 'નહીંતર તને સ્કુલે જવાનું મોડું થશે.'
'જલદી કર, સીલિઆ,' ડેડીએ કહ્યું, 'તારું દૂધ ઠંડુ થઈ જાય છે.'

It was like this every day.
Until one morning ...
Celia was in the bathroom and would not come out.
'Hurry up, Celia,' said Mummy as usual, 'or you'll be late for school.'
'Hurry up, Celia,' said Daddy, 'your milk's getting cold.'

આખરે, સીલિઆ બહાર આવી. બધાં તાજુબ થઈ જોઈ રહ્યાં.
'તેં તારા વાળને શું કર્યું છે?' બધાંએ એકસાથે પૂછ્યું.
સીલિઆએ પોતાના વાળ કાપી નાખ્યા હતા. તેના ચહેરા પર ગુસ્સો અને ઉદાસી બન્ને એક સાથે નજરે પડતાં હતાં. બાબાએ રડવાનું શરૂ કર્યું હતું, પણ મમ્મી સીલિઆ તરફ દોડયાં. મમ્મીએ સીલિઆને ઊંચકી લીધી. સીલિઆને ખબર ન પડી કે શું કહેવું કે શું વિચારવું, પણ મમ્મી સમજી ગયાં હતાં.
'તમે બન્ને આગળ થાઓ,' મમ્મીએ કલેર અને ડેડીને કહ્યું. 'સીલિઆ પાછળથી આવશે, હું તેના વાળ કાપી લઉં પછી.'

Finally, Celia came out. Everyone was astonished.
'What *have* you done to your hair?' they chorused.
Celia had cut her hair off. She looked cross and sad at the same time. Although the baby had begun to cry, Mummy ran to Celia.
Celia let herself be picked up. She didn't know what to say or think, but Mummy understood.
'You two go on ahead,' said Mummy to Clare and Daddy. 'Celia will come along later, when we've finished her haircut.'

પછી મમ્મીએ સીલિઆના વાળ બરાબર કાપ્યા. સીલિઆ પોતાની નવી હેરસ્ટાઈલ જોઈ ખૂબ ખુશ થઈ.
ત્યાં સુધીમાં તો બાબાનું રડવાનું ખૂબ વધી ગયું હતું.
‘તું મને મદદ કરીશ, સીલિઆ?’ મમ્મીએ પૂછયું. ‘આ બાબો મને થકવી નાખે છે.’
ત્યારપછી બાબાની ધ્યાન રાખવામાં સીલિઆ મદદ કરવા લાગી.
જ્યારે તે રડતો અને તોફાન કરતો ત્યારે સીલિઆને તે બહુ ન ગમતો.
પણ ઘણીવાર જ્યારે તે હસતો ત્યારે સીલિઆને લાગતું કે દુનિયાનો સૌથી રૂપાળો બાબો તેનો ભાઈ હતો!
‘આમ તો તે કંઈ બહુ હેરાન નથી કરતો,’ સીલિઆએ વિચાર્યું. ‘તે હવે કંઈને કંઈ કરવા લાગ્યો છે. થોડા વખતમાં તો તે મારા જેટલો મોટો થઈ જશે!’

Then Mummy cut Celia’s hair properly. Celia was very happy with her new hairstyle.
By now the baby was yelling his head off.
‘Will you help me, Celia?’ asked Mummy. ‘He’s wearing me out.’
After that Celia started to help look after the baby.
When he cried or was naughty, Celia didn’t like him much.
But he often smiled, and then she thought he was the loveliest baby in the world! ‘He isn’t much trouble really,’ thought Celia. ‘He’s beginning to do things now. He’ll soon be as big as I am!’

આ વાર્તામાં અમે ઉલ્લેખ કર્યો છે:
એક નવા શિશુના આગમનથી કુટુંબમાં કેટલી ગડબડ મચી જાય છે, ખાસ કરીને જ્યારે તે સાવ નાનકડું અને ખૂબ રોતું બચ્ચું હોય છે.
અલબ-ત, બધાને લાગે છે કે બાબો સુંદર છે અને બધા તેને બગાડે છે.
પણ કુટુંબનાં બીજાં બાળકોને ઓચિંતી ખબર પડે છે કે તેમના માબાપનો પ્યાર અને તેમના તરફથી મળતા ધ્યાનમાં હવે કોઈ ભાગ પડાવનાર વધ્યું છે.

જ્યાં પોતાને જ એક જાતની વિચિત્ર લાગણી થતી હોય છે ત્યાં નવા બાબાને વ્હાલ કરવાનો પ્રયત્ન કરવો પણ મુશ્કેલ છે - તમને લાગે છે કે મોટા થવું જોઈએ પણ સાથે સાથે નાના પણ રહેવું છે.
ખાસ કરીને જ્યારે તમે જાતે જ મૂંઝાયા હો અને તે વિષે કોઈને કહી ન શકતા હો, ત્યારે વધારે મુશ્કેલી ઊભી થાય છે.

કયારેક, અમુક બાળકો જેમને ત્યાં નવા ભાઈ કે બહેનનો જન્મ થયો હોય તે ગુસ્સે અને સાથે સાથે ઉદાસ પણ થઈ જાય છે. બીજાં બાળકો ભૂલકણાં બની જાય છે, કે વિચિત્ર કામો કરે છે, કે પછી અજાણ્યે જ તોફાની બની જાય છે. સીલિઆની જેમ ધીરે ધીરે તેમને સમજાય છે કે મોટા થવામાં દુઃખ પણ પડે છે, પણ તેમાં આનંદ પણ આવે છે. તેમને ખબર પડે છે કે મદદ કરવામાં અને ભાગ પડતું લેવામાં તેમને આનંદ આવે છે, અને તેમને ખાત્રી થાય છે કે તેઓ હજુ પણ કુટુંબના એક સભ્ય છે.

અલબ-ત, માબાપો પણ કંઈક શીખે છે!
તેમને જાણ થાય છે કે ક્યારેક બાળકો તોફાની વર્તણૂંક કરે છે કેમકે તેઓ ઉદાસ છે અને જરૂરી છે કે તેમણે પોતાનો પ્યાર બધાં બાળકો વચ્ચે સરખે ભાગે વહેંચવો જોઈએ.

In this story we talk about:
The bother caused in a family by the arrival of a new baby, especially when it is tiny and cries a lot. Of course, everyone thinks the baby is beautiful and makes a fuss of it.
The other children suddenly find that they have to share their parents' love and attention.

It is difficult for children to try and love a new baby when they feel a strange uneasiness - they want to grow up and stay little at the same time. Most of all, it's difficult when they are confused, and can't talk about their problems.

Sometimes, children who have a new brother or sister become sad and angry. Others may become forgetful, or do strange things, or be naughty without meaning to. Like Celia. Slowly, they learn that growing up can be painful, but it can be nice, too. They find that helping and sharing give them pleasure, and that they still belong in their family.

Parents learn things, too, of course!
They discover that sometimes children do naughty things because they are sad and that they must share their love with all their children.